AF518620

INSIGHT PUBLICA®

INSIGHT PUBLICA®
Nadakkave, Kozhikode, Kerala
**Nagara Madhyathile Ottamaram**
(Malayalam Poems)
**Ranjith Nadavayal**
First Edition : July 2017
This Edition: October 2021

DTP: Renju Krishnan T R, Padanilam.
ISBN 978-93-85899-93-5

# നഗര
# മദ്ധ്യത്തിലെ
# ഒറ്റമരം

രൺജിത് നടവയൽ

INSIGHT PUBLICA

1980-ൽ വയനാട് ജില്ലയിലെ നടവയലിൽ ജനിച്ചു.
പിതാവ്: ഡോ: കെ. ഇ. രവീന്ദ്രനാഥൻ നമ്പ്യാർ
മാതാവ്: സരോജം അമ്മ

ആംഗലേയ സാഹിത്യം, ഭാഷാശാസ്ത്രം, തത്വചിന്ത എന്നീ വിഷയങ്ങളിൽ ബിരുദാനന്തരബിരുദം. കമ്മ്യൂണിക്കേറ്റീവ് ഇംഗ്ലീഷിലും ഇംഗ്ലീഷ് ലാംഗ്വിജ് റ്റീച്ചിംഗിലും പോസ്റ്റ് ഗ്രാജ്വേറ്റ് ഡിപ്ലോമ, ഇംഗ്ലീഷ് ക്രിയേറ്റീവ് റൈറ്റിംഗിൽ ഡിപ്ലോമ.

വർത്തമാനം സൺഡേസപ്ലിമെന്റ്, പ്രബോധനം, നവോത്ഥാനം മാഗസിൻ, സാദരം ലിറ്റിൽ മാഗസിൻ, വിശാല കേരളം, പുടവകുടുംബ മാഗസിൻ, കേരള സമീക്ഷ എന്നീ ആനുകാലികങ്ങളിൽ കവിതകൾ പ്രസിദ്ധികരിച്ചിട്ടുണ്ട്. *The age of love* എന്ന ഡോക്യൂമെന്ററിക്കു വേണ്ടി ഗാനരചന നിർവഹിച്ചു. ഇപ്പോൾ നരിക്കുനി ഹയർസെക്കന്ററി സ്കൂളിൽ കമ്മ്യൂണിക്കേറ്റീവ് ഇംഗ്ലീഷ് അദ്ധ്യാപകനാണ്.

പ്രസിദ്ധീകരിക്കപ്പെട്ട പുസ്തകങ്ങൾ
*ഉച്ചാരണ ശാസ്ത്രം, പുരാണ പ്രശ്നോത്തരി.*

ഭാര്യ: ഐശ്വര്യ രൺജിത്.
Phone: 9400100334
Email: toranjithcp@gmail.com.

**രൺജിത് നടവയൽ**

**സമർപ്പണം**

ജ്ഞാനാഗ്നി മനസ്സിൽ നിറച്ച എന്റെ മാതാപിതാക്കൾക്ക്
പിച്ചവയ്ക്കും മുൻപേ ഭാവനയുടെ ലോകത്തേക്ക് എന്നെ
കൈപിടിച്ചുയർത്തിയ കെ.ഇ. ലക്ഷ്മിക്കുട്ടി അമ്മയ്ക്ക്..

# മുഖവുര

കവിത എനിക്ക് അതിഥിയാണ്. എപ്പോഴും അത് എന്നിലേക്ക് വരാറില്ല. എങ്കിലും തിഥിനോക്കാതെ ചിലപ്പോഴൊക്കെ കയറി വരും. എന്റെ മനസ്സിലെ തീച്ചിന്തകൾക്ക് ഇന്ധനമേകും, അക്ഷരങ്ങളുടേയും ആശയങ്ങളുടേയും ബാഹുല്യംകൊണ്ട് ആശയങ്ങൾ തെരുവിൽ വെട്ടിക്കീറി മരിക്കുകയും അക്ഷരങ്ങൾ അർത്ഥമില്ലാത്ത തലങ്ങളിലേക്ക് അനാഥമാവുകയും ചെയ്യുന്ന ഈ സമൂഹത്തിൽ എന്റെ വരികൾക്ക് ഞാനൊരിടം തേടുകയാണ്. അക്ഷരങ്ങളുടെ അസ്തമയം സ്വപ്നം കണ്ടു നടക്കുന്ന അന്ധകാരം നിറഞ്ഞ ഈ ലോകത്തിൽ, അൽപമെങ്കിലും പ്രകാശമാവാൻ എന്റെയീവരികൾക്ക് കഴിയുമാറാകട്ടെ എന്നു ഞാനാഗ്രഹിക്കുന്നു. നഗ്നമായ ഒട്ടിയ വയറും അന്നമെത്താത്ത ദരിദ്രന്റെ വരണ്ട ആമാശയവും എപ്പോഴെങ്കിലും നിറയ്ക്കാൻ ഈ വരികൾക്ക് കഴിഞ്ഞെങ്കിൽ ഞാൻ കൃതാർത്ഥനായി. പലപ്പോഴും മൃത്യുവിനെ മറക്കുന്ന മനുഷ്യന്, ഈ വരികൾ ഒരു ഓർമ്മപ്പുസ്തകമാവാൻ ഞാൻ പ്രത്യാശിക്കുന്നു.

എന്റെ ആദ്യകവിതാസമാഹാരത്തിന് അവതാരിക എഴുതിതന്ന മലയാളത്തിന്റെ പ്രിയപ്പെട്ട കവി ശ്രീ. പി.കെ ഗോപിസാറിനോടുള്ള നന്ദി വാക്കുകൾക്ക് അതീതമാണ്. അക്ഷരങ്ങൾ മനസിലിറ്റിച്ച മാതാപിതാക്കൾക്കും, അവയ്ക്ക് പടർന്ന് പന്തലിക്കാൻ ജലവും അന്നവും നൽകിയ എന്റെ എല്ലാ ഗുരുക്കൻമാർക്കും മുന്നിൽ എന്റെ ഈ വരികൾ സമർപ്പിക്കട്ടെ...

**രൺജിത് നടവയൽ**

# നേരിന്റെ നീലഞരമ്പുകൾ

## പി.കെ. ഗോപി

എഴുതിയെഴുതി സ്വയം കവിതയായിത്തീരുന്ന പരിണാമം, ഭാഷയെ മറികടന്നു പോകുന്ന ഹൃദയഭാവമാകുന്നു. നിരവധി ശാഖികളിൽ സഞ്ചരിച്ച് സ്വന്തം കൂട്ടിലെത്തുന്ന കിളിയെപ്പോലെ, നിരവധി നാടുകൾ കണ്ട് സ്വന്തം വീട്ടിലെത്തുന്ന പഥികനെപ്പോലെ, അനുഭവഭാണ്ഡമഴിച്ച് ഏകാഗ്രമൂല്യമുള്ള മുത്തും രത്നവും നിരത്തി വാക്കുകൾ ശ്രേഷ്ഠപദവി നേടുന്നു. അനേകാഗ്രങ്ങളുള്ള ചോദ്യങ്ങൾക്ക് ഒറ്റയുത്തരം നൽകാൻ കവിതയ്ക്കു കഴിയണമെന്നില്ല. എന്നാൽ ഉത്തരം തേടിയുള്ള ക്ലേശകരമായ യാത്രയിലെ അനുഭവങ്ങൾ സമ്പാദ്യമാക്കി നിരത്തിവയ്ക്കുമ്പോൾ, അത് മറ്റെല്ലാ സമ്പാദ്യങ്ങളെയും നിഷ്പ്രഭമാക്കുന്നു. സങ്കീർണ്ണമായ വ്യവഹാരജീവിതത്തിൽ, സരളമായ മനുഷ്യാവസ്ഥയെ കണ്ടെത്തുക എളുപ്പമുള്ള കാര്യമല്ല. ആത്മായനത്തിന്റെ ദീർഘദൂരങ്ങളിൽ എവിടയോവച്ച് നിശ്വാസങ്ങൾ അരിച്ചു പെറുക്കിയ ഉതിർമണികൾ അയാളിൽ വീണുമുളയ്ക്കുന്നു. ഇലവീശി, പൂവിട്ട്, കായ് പൊഴിച്ച് ഭൂമിയെയും ആകാശത്തെയും അഭിസംബോധന ചെയ്യുന്ന കാലത്തിന്റെ ബോധിവൃക്ഷമായി മാറുമ്പോൾ, അയാൾ മറ്റൊരു ജനിതകമന്ത്രം ഉരുവിട്ടു തുടങ്ങുന്നു. അങ്ങനെ ഒരു കവി പിറവിയെടുക്കുകയാണ്. എഴുതിയെഴുതി സ്വയം കവിതയായിത്തീരുന്ന പരിണാമം....

ശ്രീ. രൺജിത് നടവയലിന്റെ 'നഗരമദ്ധ്യത്തിലെ ഒറ്റമരം' വായിച്ചു പോകുമ്പോൾ തോന്നിയ ആശയം കുറിച്ചിട്ടുവെന്നേയുള്ളൂ. കാവ്യപഠനത്തിന്റെ ഗൗരവത്തിൽ സ്വീകരിക്കണമെന്നില്ല.

സാഹോദര്യത്തിന്റേയോ സഹൃദയത്വത്തിന്റേയോ പേരിൽ വായിക്കുക മാത്രം ചെയ്യുക. ചിന്തകൾക്ക് ഇന്ധനമാകുന്ന കവിതയുടെ തീപ്പൊരി എപ്പോൾ പ്രത്യക്ഷപ്പെടുമെന്ന് പറയാൻ വയ്യ. ഇരുട്ടിന്റെ കരിമ്പാളികളെ വകഞ്ഞുമാറ്റി പ്രകാശിക്കണമെന്ന ഒറ്റ ലക്ഷ്യം മുൻനിർത്തി രൺജിത് അക്ഷരവിളക്ക് കൊളുത്തുകയാണ്. മറവിയുടെ ഏടുകളിൽ നഷ്ടക്കണക്ക് പെരുക്കി നശിച്ചുപോകാൻ മനസ്സില്ലാത്ത വിശ്വസ്തതയുടെ പ്രതീകമേ, രൺജിത്തിന്റെ കവിതയിൽ വന്ന് തെളിനാളമാവുക.

ചാട്ടുളിപോലെ പ്രയാണം ചെയ്യുന്ന വജ്രരശ്മിയുടെ മുമ്പിൽ നിൽക്കപ്പൊറുതിയില്ലാതെ കരിനിഴലുകൾക്ക് വഴി മാറേണ്ടിവരും. ജ്ഞാനേന്ദ്രിയങ്ങളെ കുഴിച്ചു മൂടിയ കാപട്യങ്ങളുടെ മുനമ്പിൽ നിന്ന് കാമേന്ദ്രിയങ്ങളുടെ ഘോഷയാത്ര കാണുമ്പോൾ പൊട്ടിത്തെറിക്കാത്തവൻ കവിയാകുന്നതെങ്ങനെ? ''വിലപേശപ്പെടുന്ന ബ്രഹ്മത്തിന്റെ'' കുത്തകാവകാശം ആയുധമേന്തി അക്രമാവേശത്തോടെ ഓടിയെത്തുമ്പോൾ സർഗ്ഗാത്മകമായി പൊരുതാത്തവൻ അക്ഷരസ്നേഹിയാകുന്നതെങ്ങനെ? 'ഗംഗയെ എച്ചിലാക്കുന്ന കാലുകളിൽ' തൊട്ടുവണങ്ങാനല്ല, പ്രതിഷേധത്തിന്റെ തീക്കാറ്റ് വീശാനാണ് കവിയാഗ്രഹിക്കുന്നത്.

വരണ്ട മനസ്സുകളുടെ മരുഭൂമിയിൽ, യാത്ര തടസ്സപ്പെട്ടുപോയ പുഴയുടെ മുറിഞ്ഞ ഗദ്ഗദം രൺജിത് നിരന്തരം കേൾക്കുന്നു. അലറുന്ന തൊണ്ടയിൽ ഒളിച്ചിരുന്ന ഹൃദയത്തെ വിലയ്ക്കെടുത്ത് ഓരോ മലയും മറഞ്ഞു പോകുമ്പോൾ, വിറയ്ക്കുന്ന വർണ്ണപതാകയുടെ രോഷമാണ് കവിതയിലും പടരുന്നത്. വെട്ടിയവനും കുത്തിയവനും ഒരു പോലെ പല്ലിളിക്കുന്ന പരിഹാസ്യമായ നാല്ക്കവലയിൽ ചാനലുകൾ ഉത്സവത്തിമിർപ്പിലേർപ്പെടുമ്പോൾ, മരിച്ചു വീണവന്റെ മാതാവിനെ കവി മാത്രം കാണുന്നു. ആ അമ്മയുടെ ചുടുകണ്ണീരിന്റെ പൊള്ളലേൽക്കാതെ ഉറങ്ങാനും ഉണരാനും വയ്യ. ജീവനോടെ എണ്ണയിലിട്ടു വറുക്കുന്ന വികലബുദ്ധികളുടെ വിഹാരകേന്ദ്രമായി സാംസ്കാരികരംഗം പോലും അധഃപതിച്ചിരിക്കുന്നു. ആപ്തവാക്യങ്ങൾ അഭയം നൽകാതെ അപരിചിതരെപോലെ വഴിമാറിപ്പോകുന്നു. നഗരമദ്ധ്യത്തിലെ ഒറ്റമരം മാത്രം വെയിലും മഴയും കൊണ്ട് രാത്രികളുടെ കപടപ്രണയം കണ്ട് മുരടിച്ചു നിൽക്കുന്നു!

വല്ലാത്തൊരു പ്രതിസന്ധിയിലൂടെ നാം കടന്നു പോവുകയാണ്. 'സമ്പന്നൻ ഇന്നലെ ചുരത്തിയ/ഭാവനയുടെ എച്ചിൽ നക്കി/

സ്വപ്നം രുചിച്ചു' കൈയടിച്ചിരിക്കാൻ വിധിക്കപ്പെട്ട പാവകളാണോ നമ്മൾ? ചോരക്കട്ടകൾക്കുമേൽ പീഠം സ്ഥാപിച്ച്, അനിശ്ചിതജീവിതത്തെ അന്ധമായി ആഘോഷിക്കുന്നവർക്ക് കവിതയുടെ ദർശനമെന്തിന്? പ്രകൃതിയുടെ ഹരിതാഭയെന്തിന്? ഏങ്ങിയേങ്ങി ജീവിച്ചിരിക്കുന്ന മാതൃഭാഷയുടെ ദൈന്യത്തിന് ആരാണുത്തരവാദി? മരണക്കച്ച പുതപ്പിച്ച് ചരിത്രത്തിന്റെ പിന്നാമ്പുറത്തേക്ക് വലിച്ചെറിഞ്ഞ സ്നേഹസുഗന്ധങ്ങളുടെ വസന്തദലമേ, നിന്നെ വീണ്ടെടുക്കാൻ ആരുമില്ലെന്നോ?

ജീവിതത്തിന്റെ ചേതനയിൽ തൂലിക മുക്കി, സ്വപ്നവും മോഹവും ദുഃഖവും പ്രതിഷേധവും നൽകിയ വർണ്ണങ്ങൾ ചാലിച്ച്, സംവേദനക്ഷമമായി വരച്ചുവച്ച ഈ കൊളാഷ് ചിത്രങ്ങൾക്ക് പതിഞ്ഞിരിക്കാൻ മനസ്സിന്റെ ചുമരിൽ വേണ്ടുവോളം സ്ഥലമുണ്ട്, നീട്ടിത്തുപ്പുകളുടെ സീൽക്കാരം നേരത്തേ തിരിച്ചറിയാൻ കാതുള്ള കവി, 'ലൈക്കു'കളുടെ എണ്ണം അവജ്ഞയോടെ തിരസ്കരിക്കുന്നു. ചിന്തകൾ ബലിക്കല്ലിൽ ചതഞ്ഞരഞ്ഞ ദാരുണമായ ദൃശ്യമല്ല, രൺജിത് കാണിച്ചു തരുന്നത്.

സാമൂഹ്യബോധത്തോടെ പാലറ്റും കാൻവാസുമെടുത്ത ഒരാൾ കണ്ണു കൂർപ്പിച്ചു കണ്ടെടുത്ത കനലുകളുടെ വിന്യാസത്തിൽ ഞാനോ നിങ്ങളോ വാദിയോ പ്രതിയോ ആകുന്നു. പുതുമഴത്തുള്ളി പോലെ ജന്മം കൊള്ളുന്ന വാക്കിന്റെ ബിന്ദു, പെട്ടെന്ന് കത്തിപ്പടരുന്ന അഗ്നിഗോളമാകുന്ന അനുഭവം വായിച്ചറിയുക തന്നെ വേണം. അടങ്ങിക്കത്തുന്ന വിളക്കിലേക്ക് ഭദ്രമായി അവയെ തിരിച്ചുവിളിക്കാൻ രൺജിത് കാണിക്കുന്ന അസാധാരണ സാമർത്ഥ്യത്തെ അഭിനന്ദിക്കുന്നു.

'ആരിലോ അഗ്നിയുണ്ട്
അവൾക്കു ചൂട് വേണം
അതിനെന്തിന്
തീയിൽ ചാടണം?'

നാനാർത്ഥ ചാരുതയുള്ള ഈ തിരിച്ചറിവിന്റെ കാവ്യാംശങ്ങളിലൂടെ എത്രദൂരം വേണമെങ്കിലും എരിച്ചിലോടെ നമുക്ക് സഞ്ചരിക്കാം. ഓരോ വഴിപ്പടവും കാത്തു വച്ചിരിക്കുന്ന പാദമുദ്രയിൽ അതിസൂക്ഷ്മമായ രേഖാംശങ്ങളുണ്ട്. അതിലെവിടെയോ രൺജിത്തിന്റെ കാവ്യചിന്തകൾ കാലത്തിലേക്ക് പ്രവേശിക്കുന്നു. ചലനവേഗങ്ങളെ വരുതിക്ക് നിർത്തുന്ന കടിഞ്ഞാണക്ഷരങ്ങൾ

കൈവശമുള്ള കവി, സമൂഹത്തിന്റെ മുഖത്തുനോക്കി നിർഭയം പറയുന്നു:

'ചിരിച്ചപ്പോൾ നിങ്ങൾ പറഞ്ഞു
എനിക്ക് ഭ്രാന്താണെന്ന്
കരഞ്ഞപ്പോൾ നിങ്ങൾ പറഞ്ഞു
എനിക്ക് ഭ്രാന്താണെന്ന്
ഇപ്പോൾ ഞാൻ ചിരിക്കാറില്ല,
കരയാറില്ല!
എന്നിട്ടും നിങ്ങൾ പറയുന്നു
എനിക്ക് ഭ്രാന്താണെന്ന്.'

വ്യാജവർത്തമാനങ്ങളുടെ പുറം പോളയ്ക്കുള്ളിൽ നീറുന്ന സത്യത്തെ ഉപാസിച്ച് കുത്തിക്കുറിച്ച ഈ കൊച്ചു രചനകൾ അനാവരണം ചെയ്യുന്ന വലിയ കടൽക്ഷോഭമുണ്ട്. പാദം നനച്ചു പോയത് നീർക്കുമിളകളല്ല. ചുറ്റിപ്പിടിക്കാൻ വന്ന നീരാളിയാണ്. രൺജിത്തിന്റെ പ്രതീകങ്ങളെ പിന്തുടർന്നു പോകുന്നത് ജാഗ്രതയോടെയാവണം. ഇരുതലമൂർച്ചയുള്ള ഭാഷയുടെ പ്രഭാവലയത്തിൽ അവ വ്യത്യസ്ത രൂപഭാവങ്ങളോടെ വായനക്കാരെ വിചാരണ ചെയ്തേക്കും. കരുതലോടെ വായിക്കുക, നേരിന്റെ നീലഞരമ്പുകൾ എഴുന്നു നിൽക്കുന്ന ജീവിതത്തിന്റെ ശിഥില നിമിഷങ്ങളെ എങ്ങനെ കാലോചിതമായി കവിതയാക്കിയെന്ന്. രൺജിത് നടവയൽ എന്ന അദ്ധ്യാപകകവിക്ക് സഹൃദയാശംസകൾ. ഇനിയുമെഴുതുക, സ്വയം കവിതയാകുംവരെ. ഇത് നല്ല വാക്കുകളുടെ പ്രവേശിക. സദയം സ്വീകരിക്കുക. സ്നേഹത്തോടെ...

പി. കെ. ഗോപി

# ഉള്ളടക്കം

# പ്രണയം

കമിതാക്കൾ ഊതിവീർപ്പിച്ച്
കെട്ടി തട്ടിക്കളിക്കുന്ന
ബലൂണാണ് പ്രണയം
എത്ര പെട്ടെന്നാണ്
വിവാഹമെന്ന മൊട്ടു സൂചി തട്ടി
അത് വലിയ ശബ്ദത്തിൽ
പൊട്ടിത്തകരുന്നത് !

■

# കാശി

മരണം പൊട്ട് തൊട്ട
മണികർണ്ണികാഘട്ട്
നിഴലിൽ റിക്ഷാവണ്ടിക്കാരന്റെ
കുഞ്ഞിന്റെ നാവിലെ ഉമിനീരുണങ്ങുന്നു
ഗംഗയെ എച്ചിലാക്കുന്ന കാലുകൾ
പൊട്ടിവീണ് മുറിഞ്ഞ്
പുണ്ണായി ചലമൊഴുകുന്ന വിപ്ലവം.
ചത്തുപോയ തന്തയുടെ
ആത്മാവിനർപ്പിക്കുന്ന
തർപ്പണത്തിന് വിലപേശുന്ന
സായിപ്പിനെ
ഉമ്മവെച്ച ഭാരത സ്ത്രീകൾ
പൊടിമണ്ണിൽ വീണ് പണ്ഡകളാൽ
വിലപേശപ്പെടുന്ന ബ്രഹ്മം.
■

# വരണ്ട മനസ്സുകൾ

മലകൾ മുറിഞ്ഞു വീണുകൊണ്ടേയിരുന്നു
പുഴകൾ ഒഴുകിയൊഴുകി മടുത്ത്
ഒഴുക്കില്ലാത്ത തീരം തേടി യാത്രയായി
ഞാൻ ഘോരഘോരം സിന്ദാബാദ് വിളിച്ചു
ഇപ്പോൾ ഞാൻ മുറിഞ്ഞ മലകൾക്കൊപ്പമാണ്
ഒഴുക്കില്ലാത്ത പുഴകൾക്കൊപ്പമാണ്.

■

## ചതിക്കപ്പെടുമ്പോൾ

മുഷ്ടി ചുരുട്ടി വർണ്ണപതാക മാറോടടക്കിപ്പിടിച്ച്
ഞാൻ നടന്നപ്പോൾ
അറിഞ്ഞില്ല മലകൾക്കിളക്കമുണ്ടായിരുന്നത്
അലറുന്ന തൊണ്ടയിൽ എന്റെ ഹൃദയമുണ്ടായിരുന്നു.
പിന്നീടെപ്പഴോ പതാകയ്ക്ക് വേണ്ടി
എന്റെ ചുടുനിണം പൊഴിഞ്ഞപ്പോൾ കണ്ടു
മലയിളകിയിളകി എങ്ങോട്ടോ നടന്നുമറയുന്നത്.

■

# ചത്തവന്റെ വേദാന്തം

കൊത്തിമുറിച്ചവന്റെ ചുടുചോരയിൽപ്പെട്ട്
കുനിയനുറുമ്പുകൾ പൊള്ളി വീഴുന്നതിന്
മുൻപേ
വെട്ടിയവനും കുത്തിയവനും സൂര്യനെ
നോക്കി ഒരു പോലെ പല്ലിളിക്കുന്നു.
ചത്തവന്റെ മാതാവിന്റെ ഉണങ്ങിയ കണ്ണുകൾ
ചാനലുകൾ ആഘോഷമാക്കുന്നു.
ഭാര്യയുടെയും, കുഞ്ഞിന്റെയും
മനസ്സിൽ മണൽ
കോരിയിട്ടു നീതി പീഠം.
ചിതയിലേക്കെടുത്തപ്പോൾ
ചത്തവൻ പറഞ്ഞത്രെ !
താൻ ആത്മഹത്യ ചെയ്തതാണെന്ന്.
■

# തുടിപ്പുകൾ

ഒരു വിങ്ങിപ്പൊട്ടൽ
ഒരു കാവ്യം
ഒരു തത്ത്വ ചിന്ത
ഒരു ജീവിതം
ഉത്തരാധുനികത
ആധുനികത
ഇക്സ്പ്രഷനിസം
ഇംപ്രഷനിസം
റിയലിസം
ചാനൽ ചർച്ച
ജീവനോടെ എണ്ണയിലിട്ടു വറുത്ത
മത്സ്യത്തിന്റെ അവസാന മുള്ളു
പോലും തീർന്നിരിക്കുന്നു.

■

# നഗര മദ്ധ്യത്തിലെ ഒറ്റമരം

ഒരില പോലുമില്ല
എങ്കിലും വെയിലും മഴയും കൊണ്ട് ഉണങ്ങാൻ
സമ്മതിക്കാതെ
രഹസ്യങ്ങൾ സൂക്ഷിക്കാനറിയാമെന്ന്
ആരോ പറയുന്നത് കേട്ടു.
അല്ലെങ്കിൽ ജീൻസു ധരിച്ചു വന്ന് തന്റെ
ശാഖയിലിരുന്ന കമിതാക്കൾ പറഞ്ഞത്
രാത്രി സഞ്ചാരികളുടെ കുസൃതി
വെളിച്ചം വെറുക്കുന്ന അപഥസഞ്ചാരികളുടെ
മനസ്സിലെ ശബ്ദങ്ങൾ
കൊള്ളമുതൽ ശാഖകളിൽ തൂക്കിയിട്ട്
ഉറങ്ങിയ കള്ളനെ
ഇങ്ങനെ പോകുന്നു നീണ്ട നിര
പുകഴ്ത്തുന്നില്ലാ  ഇനി അവൾക്കെങ്ങാൻ
മനസ്സുമാറി എന്തെങ്കിലും.....

■

# നിനവ്

ഞാനുറങ്ങിപ്പോയി
സമ്പന്നൻ ഇന്നലെ ചുരത്തിയ
ഭാവനയുടെ എച്ചിൽ നക്കി
ആരിൽ നിന്നോ കടം വാങ്ങിയ സ്വപ്നം രുചിച്ചു
കണ്ണാന്തളിയും, കാക്കപ്പൂവും മനസ്സിന്റെ
കോണിലില്ലെങ്കിലും മൊബൈലിലെ മെമ്മറികാർഡിൽ
ഒരു ക്ലിക്കിന് ഗന്ധമില്ലാതെ അവ വന്നു നിൽക്കുമ്പോൾ
എന്റെ ഗൃഹാതുരത്വം പോലും ഓർമ്മയിൽ
നിന്നടർത്തിമാറ്റി നീ പല്ലിളിക്കുന്നോൾ
ഞാനാരോടോ ചോദിച്ചുപോകുന്നു.
ഒന്നു കൊണ്ടുപോയ്ക്കൂടെ ആ മാഞ്ചുവട്ടിൽ.

■

# നൈമിഷികം

ഷേക്സ്പിയറുടെ മധ്യവേനൽ രാക്കിനാവിൽ പറയുന്ന
കവിയും കാമുകനും ഉന്മാദിയും കണ്ടുമുട്ടി
ചോരക്കട്ടകൾ പകലിൽ
സ്വപ്നം കണ്ട ഉന്മാദി കൊതുകിനെ കൊല്ലാൻ
എ. കെ. 47 എടുത്തപ്പോൾ കാമുകൻ മൊഴിഞ്ഞു
പ്രണയനക്ഷത്രം കൊണ്ട് പ്രതികാരത്തെ പാട്ടിലാക്കാം
കാമുകനെ  പിന്തുണച്ച കവിയുടെ
ഹൃദയത്തിൽ നിന്നു പൂക്കൾ പോലെ
വാക്കുകൾ അടർന്നു വീണു.
ഒരു ട്രെയിനിന്റെ ഇരമ്പൽ
പ്രണയത്തിൽ മുങ്ങിച്ചത്ത മൂന്ന് വാക്കുകൾ...
■

## മലയാളം

മാവു വെട്ടിയിട്ട് കാലങ്ങളേറെയായി
തരം കിട്ടുമ്പോഴൊക്കെ
നെഞ്ചു നോക്കി ഊക്കിൽ
ചവിട്ടാറുമുണ്ട്
എന്നിട്ടും, ഏങ്ങിയേങ്ങി
ശ്വാസം വലിച്ചു ഇപ്പോഴും
ജീവിച്ചിരിക്കുന്നു നശിച്ച തള്ള.
■

## പനിച്ച് വിറയ്ക്കുന്ന മഴ

ഉയരുന്ന ഷോപ്പിംഗ് മാളുകൾ
എസ്കലേറ്റർ, ഉയർച്ച താഴ്ചയുടെ സിംബൽ
ആൾ ദൈവങ്ങൾ നൽകിയ വിഭൂതി നെറ്റിയിലിട്ട്
ഊഡോകോളോൺ ശരീരത്തിൽ പുരട്ടി
കാക്കകൾ കൊക്കുകളാകുന്നു
റ്റോയ്‌ലറ്റിന് പെയ്ന്റടിച്ച പോലെ.
■

# വീണുടയാത്ത സൂര്യ കിരീടത്തിന്

അറിയാതെ ചെടിയിൽ നിന്നും
ഇറുത്ത പൂവിന്റെ വേദന
നനഞ്ഞൊരീ ഹൃദയത്തിൽ മറച്ചു നീ സൂക്ഷിക്കേ
പരിഭവത്താൽ ചെടി
മുഖം കുനിച്ചു നിൽക്കെ
പരിമളം തേടി ഹൃത്തിൽ ഭ്രമരങ്ങൾ നിറഞ്ഞല്ലോ
പകുത്തു നൽകി
നീയാ മധുരപ്പരിമളം
അതു കണ്ടു പിണക്കം മറന്നൊരാപൂച്ചെടി
ചിരിച്ചു നിന്നെ നോക്കി
പരിമളം പാതിയിൽ നിലച്ചപ്പോൾ
ഭ്രമരങ്ങൾ നിൻ ഹൃദയം
തന്നെയവ പകുത്തെടുത്തുവല്ലോ.
വേദന കടിച്ചൊതുക്കി ചൊല്ലുന്നു നീ
ഇപ്പോഴും തെറ്റുകാരൻ ഞാനല്ലോ
ഇറുത്തു ഞാനാ പൂവിനെ
പരന്നു നാട്ടിൽ നിൻ ഹൃദയപ്പരിമളം
കത്തിച്ചുവെച്ചൊരു കർപ്പൂരമെന്നപോൽ
ഉരുകിയുരുകി നീ മറയുന്ന നേരവും
പൊഴിച്ചു കാവ്യ തേൻ
കർണ്ണങ്ങളുള്ളോർക്കെല്ലാം
വിട പറയും നേരം നീ വീണ്ടും ചൊല്ലുന്നു.
"ഇറുത്തു പോയി ഞാൻ കൊടുത്താലും
ചെടി തിരിച്ചെടുക്കില്ലീ സുഗന്ധവേദന"

■

*(ഗിരീഷ് പുത്തഞ്ചേരിയുടെ 'ഇറുത്ത പൂവാർക്കുസമർപ്പിക്കും' എന്ന കവിതയിലെ അവസാനവരികൾ)*

# ഇല്ലായ്മകൾ

കലണ്ടറിലെ ഓരോ അക്കവും
ഓരോ ദിവസത്തിന്റെ ആയുസ്സ് കവരുന്നു
പൂക്കളുടെ പരിമളത്തിൽ
ഒരു ദിവസം ജനിക്കുന്നു
വെയിൽ കുടിച്ചു യൗവനം
പിന്നീട് ഇരുട്ടവളെ മരണക്കച്ച പുതപ്പിച്ച്
ചരിത്രത്താളിൽ ആരുമോർക്കാതെ....
■

## പ്രണയം
## ഒരു പോസ്റ്റ് മോഡേൺ ചിന്ത്

പ്രണയം ഒരു പോസ്റ്റ് മോഡേൺ
കവിത പോലെയാണ്.
വൃത്തവും പ്രാസവുമില്ലാതെ ഒഴുകുന്ന
ഒരു പുഴ പോലെ.
പ്രണയം നിറയ്ക്കാം
ആത്മാവിൽ
മനസ്സിൽ
താമരയിലയിലെ മഞ്ഞുതുള്ളിപോലെ
മരണപ്പെട്ട ഭർത്താവിനെയോർത്ത്
മാറത്തലച്ചു കരയുന്ന
വിധവയെ പോലെ
മഴ പെയ്തു തുടങ്ങി.
വിധവയുടെ കരച്ചിൽ ഒരു തേങ്ങലായി
മാറുന്നതു പോലെ മഴയും
അവസാന തുള്ളികളായി
പതുക്കെ പെയ്തിറങ്ങുമ്പോൾ
മഴയും വിധവയും പ്രണയത്തിന്റെ
ഉത്തമ സിംബലാവുന്നു.
പതുക്കെ തുടങ്ങി ഉച്ചസ്ഥായിയിലായി,
ഒരു അടയാളം പോലും
മനസ്സിലോ, ആത്മാവിലോ
ശേഷിപ്പിക്കാതെ ഒരു ഗുഡ് ബൈയിൽ
പ്രണയച്ചെളി കഴുകിക്കളയുമ്പോൾ
നമുക്ക് സുഹൃത്തുക്കളായി,
പുതിയൊരു മനുഷ്യനെ കൂടി
നനഞ്ഞൊട്ടിക്കീറാറായ
പ്രണയക്കടലാസുകൊണ്ട് പൊതിയാം.

■

# മറവി മരിച്ചത്
# ഓർമ്മയ്ക്ക് ജന്മം നൽകിയിട്ടോ?

പഴയത് പലതും നിലാവു കണ്ടു കുരച്ച്
യജമാനന്റെ വാതിലിൽ ആവശ്യമില്ലാതെ മാന്തി
അയാളെ ഉറക്കമുണർത്തുന്ന കൊടിച്ചിപ്പട്ടിയെ
പോലെയാണ്
പലതും കൂടുതൽ വെന്തു പോയിരിക്കുന്നു.
അതിനാൽ അവ കടിച്ചാൽ പൊട്ടില്ല
ഭൂമിയിൽ കുഴിച്ചിട്ടാൽ ഒട്ടു മുളയ്ക്കുകയുമില്ല
ചുരുട്ടികൂട്ടി മറവിയുടെ ഗുഹയിലേക്കിട്ടാലോ
അപസ്വരം പോലെ ഓർമ്മയുടെ വാതിലിൽ
മാന്തിക്കൊണ്ടിരിക്കും

■

# മെലിഞ്ഞു പോയ നക്ഷത്രങ്ങൾ

പുകച്ചു തീർത്ത കഞ്ചാവ് അയാൾക്ക് നൽകിയത്
ഒരു കാവ്യ വിത്ത്
തലച്ചോറിൽ തീ നിറച്ച മദ്യം വിത്തിനെ
മരമാക്കി, കായാക്കി
എന്റെ കൈയിൽ പുകച്ചു തീർക്കാൻ
ജീവിതമില്ല.
ജീവിത വെയിലിൽ പൊള്ളി പാകം വന്ന
മനസ്സിന് മദ്യത്തിന് ഭാവന നൽകാൻ കഴിയില്ല
എങ്കിലും ഇന്നും
നഗ്നമായ അക്ഷരങ്ങളെ പൂക്കൾ കൊണ്ട്
തുന്നിച്ചേർത്ത് കറുപ്പും, വെളുപ്പും
ജീവിതത്തിന്റെ ദ്രുതതാളത്തിന് പെരുക്കമായി
സ്വപ്നവും മോഹങ്ങളും ദു:ഖങ്ങളും
കണ്ണു പറ്റാതിരിക്കാൻ
വീടിന് മുന്നിൽ
വെയ്ക്കുന്ന നോക്കുകുത്തിപോലെ.

■

# എ. അയ്യപ്പന്റെ കവിത

മസാലയുടെ മടുപ്പിക്കുന്ന ഗന്ധമില്ലാതെ
കനലിൽ ചുട്ടെടുത്ത അക്ഷരങ്ങൾ
കടപ്പുറത്ത് കാറ്റുകൊള്ളാനിരിക്കുന്ന
പടിഞ്ഞാറിൽ കുളിക്കുന്ന കമിതാക്കൾക്ക്-
കൊറിക്കാം
ആഴ്ചകളോളം പട്ടിണി കിടന്നവന്
കിട്ടുന്ന കഞ്ഞിയായും, കപ്പപ്പുഴുക്കായും
വെന്തു മലർന്ന അക്ഷരങ്ങൾ
മരുഭൂമിയിൽ നനവില്ലാതെ
മണിക്കൂറുകളോളം അലയുന്നവന്
കിട്ടുന്ന അക്ഷര മരുജലം
വർഷങ്ങളായി ആശുപത്രി കിടക്കയിൽ
വേദന തിന്ന് കഴിയുന്നവന് കിട്ടുന്ന
അക്ഷരമരുന്ന്
വിശപ്പില്ലാതെ
ദാഹമില്ലാതെ
പ്രണയമില്ലാതെ
വേദനയില്ലാതെ
രുചിച്ചു നോക്കരുത്
നിന്റെ നാവും , ഹൃദയവും മുറിയും
■

# കുരങ്ങുകൾ

മുഖത്തു തുപ്പിയാൽ തല്ലുകൊള്ളും
മുഖപ്പുസ്തകത്തിൽ ആർക്കും തുപ്പാം
കാർക്കിച്ചു തുപ്പാം, മുറുക്കി തുപ്പാം
ഏത് തുപ്പലിനും ലൈക്ക് കിട്ടും
ലൈക്കുകളുടെ എണ്ണം നോക്കി
തുപ്പിയവന് പല്ലിളിക്കാം
അയ്യയ്യോ അങ്ങനെയൊക്കെയുണ്ടോ?
ഞാനറിഞ്ഞില്ലല്ലോ
എനിക്കും ഒന്ന് നീട്ടി തുപ്പണം
■

## മരണം കൊത്തുന്ന പക്ഷി

ചിന്തകൾ ബലിക്കല്ലിൽ
ചതഞ്ഞരഞ്ഞപ്പോഴാണ്
എന്നെ മരണം വന്നു വിളിച്ചത്
എന്റെ അവസാന ശ്വാസം പൊട്ടിയടർന്ന് –
കാറ്റിലലിയുന്നതിന് മുൻപേ അവയൊരു
സ്ഫടികപാത്രത്തിൽ അടച്ചു സൂക്ഷിക്കുക.
കണ്ണുകൂർപ്പിക്കുക
പാലറ്റുകൾ നഷ്ടപ്പെട്ട നിറങ്ങൾ
ക്യാൻവാസുകൾ
തേടുന്നത് കാണാം
ചെവിയോർക്കുക.
മുറിഞ്ഞു പോയ ദുരന്ത രാഗങ്ങൾ
പൊട്ടിയടർന്ന്
വീണകൾ തേടുന്നത് കേൾക്കാം
സ്പർശിക്കുക
പ്രണയിനിയുടെ ചുംബനം
തെന്നിമാറുന്നതായി അറിയാം.
■

## അറിവ്

യീറ്റ്സിനെയും എലിയറ്റിനെയും ചാടിക്കടന്ന ഞാൻ
എ. അയ്യപ്പനെന്ന ഗർത്തത്തിലേക്ക് മൂക്കും
കുത്തി വീണു.
അവിടെ മുത്തുതിരഞ്ഞപ്പോൾ അയാൾ പറഞ്ഞു
ശവത്തിന്റെ പോക്കറ്റടിച്ച് ജീവിക്കുന്നവന്റെ
പട്ടിണിമാറ്റാൻ
■

## മുകുളം

ഓരോ പുതുമഴത്തുള്ളിയും
ഓരോ പുതുചിന്തയുടെ വിത്തുകളാണ്
മഴത്തുള്ളികൾ മരുഭൂമിയിൽ വീഴ്ത്തി
വിത്തിനുള്ളിലെ ജീവനെ
എന്തിനാണ് മേഘമെ നിഷ്ക്കരുണം കൊല്ലുന്നത്
■

## മുഖമില്ലാത്ത പുസ്തകം

മുഖപ്പുസ്തകത്തോളിൽ ഇഷ്ടങ്ങൾ പങ്കുവെയ്ക്കുന്നത്
ചൂണ്ടുവിരലുകൊണ്ടാണത്രെ.
■

## സ്റ്റേജ്

അല്ലയോ, അരങ്ങേ
എത്ര പേരുടെ മുന്നിൽ
നീ നാണമില്ലാതെ
തുണിയുരിയുന്നു.
■

## സ്നേഹം

ആരിലോ അഗ്നിയുണ്ട്
അവൾക്ക് ചൂട് വേണം
അതിനെന്തിന് തീയിൽ ചാടണം
■

## സവാള

ശൂന്യതയുടെ പ്രതീകം
തോലുരിഞ്ഞ് ,തോലുരിഞ്ഞ്
ഒന്നുമില്ലായ്മയിലേക്ക്....
■

# പുഴ

തുടക്കമുണ്ട്, ഒടുക്കവും
അതിനിടയിലെപ്പോഴോ
നക്ഷത്രങ്ങളെ ചുംബിക്കുന്ന രാത്രി
പൂവിന്റെ ചാരിത്ര്യം കവർന്ന വണ്ട്
പാലറ്റിലെ നിറങ്ങൾ ഉടുപ്പ് തുന്നിയ ചിത്രങ്ങൾ
ഇവിടെയിപ്പോൾ മഞ്ഞു കൊത്തിപ്പക്ഷിമാത്രം...
■

# അന്ത്യം

കാലം അതി വിദഗ്ധയായ ഒരു തൂപ്പുകാരിയാണ്
കലണ്ടറിലെ അക്കങ്ങളായ ദിവസങ്ങളുടെ
ശവങ്ങളെ എത്ര വേഗത്തിലാണ്
മറവിയുടെ ആഴത്തിലേക്ക് മൂടുന്നത്
■

# പശ

ആദ്യം കാലാണ് ഒട്ടിപ്പോയത്
കാലു വലിച്ചെടുക്കാനുള്ള ശ്രമത്തിൽ
കൈയും ഒട്ടി
സർവ്വ ശക്തിയുമെടുത്ത് വലിച്ചു നോക്കി പോരുന്നില്ല
ആളുകൾ ചിരിച്ചു ചിലർ കല്ലെറിഞ്ഞു
ചിലർ ഉടുതുണി പൊക്കി കാണിച്ചു
തീക്ഷ്ണമായ ദേഷ്യം വന്നു
ഒന്നും പുറത്തു കാണിച്ചില്ല
വായിലേക്കാരോ ഭക്ഷണമിട്ടുതരും
അതു കഴിക്കും
ഈ ഒട്ടലിനിപ്പോൾ സുഖമുണ്ട്
ഒന്നിനോടും പ്രതികരിക്കാതെ
ആട്ടുകല്ലിന് കാറ്റു പിടിച്ചപോലെ

■

# നാട്യം

90 ഡിഗ്രി ചൂടുള്ള ഒരു ദിവസം
സംസ്ക്കാരത്തിന്റെ പുതപ്പെടുത്തണിഞ്ഞ്
ഞാൻ തണുത്തു വിറച്ചു
സമൂഹം നൽകിയ അഭിമാനം കലത്തിലിട്ട്
വേവിച്ച് ഉച്ചയ്ക്ക് വിശപ്പടക്കി
ധാർമിക മൂല്യങ്ങൾ ഉയർത്തിപ്പിടിച്ചപ്പോൾ
വികാരങ്ങൾ കണ്ണുരുട്ടി
■

# നിങ്ങളാണ് ഞാൻ

പുഴവിറ്റപ്പോൾ ചൊല്ലി
എനിക്കെന്ത്
ആകാശം വിറ്റപ്പോൾ ചൊല്ലി
എനിക്കെന്ത്
ഭൂമി വിറ്റപ്പോൾ ചൊല്ലി
എനിക്കെന്ത്
എന്നെ വിറ്റപ്പോഴും
എന്റെ നിഴലിനെ വിറ്റപ്പോഴും
അറിഞ്ഞിട്ടും അറിയാതെ ചൊല്ലി
എനിക്കെന്ത്
■

# പ്രണയത്തിന്റെ തണുപ്പ്

സൂര്യന്റെ മുഖത്ത് തുപ്പിയാണിറങ്ങിയത്
ആനന്ദത്തിന്റെ മണിമേട കാണാൻ
അവളുടെ മുഖം ഒരു പൂവായിരുന്നു
അതിലെ ഇതളുകളടർത്തി ഒരു
സമസ്യയാക്കി
ആർക്കും ഉത്തരം നൽകാൻ കഴിയാത്ത
സമസ്യ
അവൾ നൽകിയത് ശീതികരിച്ച ഹൃദയമായിരുന്നു
ചുംബനങ്ങൾക്ക് മരിച്ചവന്റെ തണുപ്പ്
അവളിലെ തണുപ്പ് ലഹരിയായിരുന്നു
മദ്യത്തിന് നൽകാൻ കഴിയാത്ത ലഹരി
തണുപ്പൊരു പകർച്ച വ്യാധിയാണ്
അതെന്നിലേക്കും പടർന്നു
തോലുരിക്കപ്പെട്ട പാമ്പായി ഞാൻ
ഒടിയപ്പെട്ട എല്ലുകൾ
തിരിച്ചറിയാൻ കഴിയാത്ത ശരീരം
അതാ തണുപ്പ് തേടി മറ്റൊരുവൻ
സൂര്യന്റെ മുഖത്ത് വീണ്ടും തുപ്പൽ
വീണിരിക്കുന്നു.

■

# മുഖം

നഗരത്തിലെവിടെയോ വച്ചാണ്
എനിക്കെന്റെ മുഖം നഷ്ടമായത്
പച്ചക്കറിച്ചന്തയിലും ഷോപ്പിംഗ്മാളിലും
ബുക്ക് സ്റ്റാളിലും തേരാപാരാ നടന്നിട്ടുണ്ട്
പക്ഷേ എവിടെ വെച്ചാണത് പോയതെന്ന് മനസ്സിലായില്ല
ആർക്കായിരിക്കും അത് കിട്ടിയിട്ടുണ്ടാവുക
നാണം തോന്നി അതിൽ പുഞ്ചിരി
യുണ്ടാവില്ല
എന്റെ അപരിചിതമായ മുഖം
ഏതെങ്കിലും പരിജയക്കാരന് കിട്ടിയാൽ
തിരിച്ചറിയാതെ അവൻ
എങ്ങോട്ടെങ്കിലുമെറിഞ്ഞോക്കുമോ എന്തോ ?
■

# വേരറ്റ ചിന്തങ്ങൾ

മഴ മറന്ന പാടത്തു നിന്നു
തവള മഴക്കായി കരഞ്ഞു
ക്രോം... ക്രോം... ക്രോം...
മഴയുടെ പേറ്റന്റെടുത്ത അമേരിക്കൻ
കമ്പനി തവളയ്ക്കായി
മഴ സ്പോൺസർ ചെയ്തു.
പല നിറമുള്ള ചാറ്റൽ മഴ
മഴ നനഞ്ഞു കയറിയ തവള
മൊഴിഞ്ഞു
എനിക്കെന്തൊക്കയോ കുഴപ്പമുണ്ട്.
■

## ചലനം

കുട്ടിക്കാലവും യൗവനവും നഷ്ടപ്പെട്ട് കുറെ
വെള്ളം വാർദ്ധക്യത്തിലേക്ക് കുതിക്കുമ്പോൾ
പുഴമാത്രം ചിരഞ്ജീവിയായി – നിത്യവസന്തമായി...
■

## സമൂഹം

ചിരിച്ചപ്പോൾ നിങ്ങൾ പറഞ്ഞു
എനിക്ക് ഭ്രാന്താണെന്ന്
കരഞ്ഞപ്പോൾ നിങ്ങൾ പറഞ്ഞു
എനിക്ക് ഭ്രാന്താണെന്ന്
ഇപ്പോൾ ഞാൻ ചിരിക്കാറും
കരയാറുമില്ല
എന്നിട്ടും നിങ്ങൾ പറയുന്നു എനിക്ക് ഭ്രാന്താണെന്ന്.
■

# സുഗന്ധം ഒളിച്ചിരിക്കുന്നത് എവിടെ

വരിക സുന്ദരീ നമുക്ക് കനല് വാരാം
പ്രണയം നിനക്ക് കാറ്റാവാം, കടലാവാം
പൂക്കളിലെ പരിമളമാവാം
ശവക്കാറ്റിന്റെ ഗന്ധമാണെനിക്ക് പ്രണയം
വരിക നിഴൽ ചിത്രങ്ങൾ കാണാം
ശ്മാശനത്തിലെ തലയോട്ടിയിൽ ഞാൻ സ്വപ്നങ്ങൾ
നിറച്ച് നിന്റെ ഹൃദയം കൊണ്ടടച്ചിരിക്കുന്നു.
അരുത് അടപ്പു തുറക്കരുത്
ജീർണ്ണിച്ച സ്വപ്നങ്ങളുടെ ദുർഗന്ധം കൊണ്ട്
ഭൂമി നിറയ്ക്കരുത്.

■

# ദൈവം ഹാങ്ങറിൽ തൂക്കിയിട്ട ഒരു ദിവസം

മേൽക്കൂരയില്ലാത്തൊരു വീട്ടിലാണെന്റെ താമസം
വർഷത്തിൽ മഴയെനിക്ക് പുതപ്പാവും
വസന്തത്തിൽ പൂക്കൾ
ശരത്തിൽ മഞ്ഞ് തുള്ളികൾ
വേനലിൽ നിലാവ്
എന്റെ ചുവരിൽ ഘടികാരമില്ല
കാലത്തിന്റെ കണക്കുപുസ്തകത്തിൽ
എപ്പോഴും തെറ്റുന്ന സമയത്തിന്
എന്തു പ്രസക്തി
നാളെയാ പൂക്കാരി വരും
ഇരുട്ടിന്റെ വസ്ത്രമണിഞ്ഞ്, സന്ധ്യയുടെ നിറം
ചാലിച്ച് പൊട്ടിട്ട്
ഒരു പാലറ്റിൽ നിറച്ച ചായക്കൂട്ടുകളായിരിന്നു
അവൾ
അവൾക്കു വേണ്ടിയാണ് രാത്രിയും, പകലും, സന്ധ്യയു
മല്ലാത്ത നേരത്ത് ഞാനീ മഞ്ഞുതുള്ളി കോർത്ത്
മാലയുണ്ടാക്കുന്നത്.

■

## കാഴ്ച

നിന്നെ എനിക്കു കാണാൻ
എന്റെ കണ്ണുനീരെന്ന കണ്ണാടിയുണ്ട്
എന്റെയും നിന്റെയും
മുഖം മറയ്ക്കുന്നത്
എന്നിലും നിന്നിലും വിടരുന്ന പുഞ്ചിരി
വായടച്ച് നമുക്കെന്നും
ചങ്ങാതിമാരാവാം.

■

## തുന്നിയ ഓർമ്മകൾ

ഇരുമ്പു നൂല്കൊണ്ട് ഹൃദയത്തിൽ
ഒരു ഉടുപ്പ് തുന്നണം
മണം പറ്റി നടക്കുന്നുണ്ട് പ്രണയക്കഴുകൻ
എന്റെ ഹൃദയം നഗ്നമാക്കില്ല ഞാൻ
ഒളിപ്പിക്കണം
നവരസങ്ങളുടെ താക്കോൽ
പ്രണയനീരുകൊണ്ട്
ഒട്ടും നനയാതിരിക്കാൻ.

■

## വികൃതി

ചില അക്ഷരങ്ങൽ അങ്ങിനെയാണ്
നാവിന്റെ തുമ്പിൽ വരെവരും
അങ്ങനെ അത് എച്ചിലായി......
ആർക്കും വേണ്ടാതെ.
■

## വില്പനയ്ക്കുവെച്ച ഹൃദയം

ഉത്തരാധുനികന്റെ മാർബിൾ പതിച്ച
കെട്ടിടത്തിന്റെ അറ്റത്തെവിടെയോയാണത്രെ
നിലാവ് ആത്മഹത്യ ചെയ്തത്.
പാരമ്പര്യം
നല്ലൊരു ബിസിനസ് ഉല്പന്നമാണ്.
അവയ്ക്കൊപ്പം ദുർഗന്ധം വമിക്കുന്ന
നിലാവിന്റെ ജഡവും കൂടെ കൂട്ടാം
സുഗന്ധ ലേപനങ്ങൾ പൂശിയാൽ
ചന്തയിലതിനും നല്ല വില കിട്ടും
നമുക്കിതൊക്കെ സ്വീകരിക്കാം
കാലത്തിനൊത്ത്,
ഞാനുമൊരു ന്യൂജെൻ ആവണ്ടെ
■

## ഉടുമ്പ്

നീ കാലത്തിന്റെ നെറുകയിൽ ഇററുവീണ
കറുത്ത കറ
സോപ്പും ഡെറ്റോളുമുപയോഗിച്ച് കഴുകി നോക്കി
പോകുന്നില്ല
ഇനിയും ഉരയ്ക്കരുത് എന്തിന് കാലത്തെ
മുറിവേൽപ്പിക്കണം.

■

## സുഖം

നുരയുന്നുണ്ട് , പല നിറങ്ങളിൽ
തലച്ചോറിന് തീക്കനലിൽ നൃത്തമാടാൻ.

■

## മുന്നൊരുക്കം

പറഞ്ഞതെല്ലാം പതിരായിരുന്നു
മൂടിവച്ചത് കതിരും
മൂകരായ് നമുക്ക് കതിര് കൊയ്യാം
■

## അച്ചാർ

കവിത അച്ചാറുപോലെയാണ്
അല്പം മാത്രമേ എടുത്ത് രുചിച്ച് നോക്കാവൂ
കൂടുതലെടുത്ത് വിഴുങ്ങിയാലത്തെ
കഥ ഞാൻ പറയണ്ടല്ലോ.
■

# റിഹേഴ്സൽ

മരണം ദൗർബല്യങ്ങളില്ലാത്ത ഒരു ദുരന്തനാടകമാണ്
വേഷമിട്ട എല്ലാ വ്യക്തികളും എത്ര വട്ടമാണ്
ഉറക്കമെന്ന റിഹേഴ്സൽ എടുക്കുന്നത്
■

# ഒടിയുന്ന ചില്ലകൾ

പല പ്രാവശ്യം തിരുമ്പിയുണക്കിയ
തോർത്തിലെ നൂലിഴയെടുത്താണ്
അച്ഛൻ
ജീവിതം നെയ്തത്.
നൂലു പൊട്ടിക്കൊണ്ടിരുന്നു
അച്ഛൻ കെട്ടിക്കൊണ്ടിരുന്നു
ഇപ്പോൾ പൊട്ടിയ നൂലു മുഴുവൻ കെട്ടുകളാണ്
ഏത് നിമിഷവും പൊട്ടിപ്പോയേക്കാവുന്ന
ഒരു കെട്ടായി ഞാനും.
■

## വ്യാജം

അക്ഷരങ്ങൾ പെറുക്കികൂട്ടി കടഞ്ഞപ്പോൾ
കിട്ടിയത് ഒരു കാവ്യ മുത്ത്
വിൽക്കാൻ പോയപ്പോൾ കാക്കപ്പൊന്നെന്ന് പറഞ്ഞ്
അവരെന്നെ പോലീസിൽ ഏൽപ്പിച്ചു.
■

## ഭാഷ

പറഞ്ഞില്ലെങ്കിൽ
ഭാഷ അപ്രത്യക്ഷമാകും
അങ്ങനെയാണത്രെ
ഹൃദയത്തിന്റെ ഭാഷ നഷ്ടമായത്
■

# വെയിൽപ്പുര നനയുമ്പോൾ

കലണ്ടറിൽ കൊഴിഞ്ഞു വീഴുന്ന അക്ഷരങ്ങൾക്ക്
മരണവണ്ടിയുടെ വേഗത
ഉറക്കത്തിലെ എന്റെ വർണ്ണ സ്വപ്നങ്ങൾ
ആരാണ് സ്ട്രോ കൊണ്ട് വലിച്ചു കുടിക്കുന്നത്
പുഴവെള്ളം പാത്രത്തിലെടുത്ത് ഇന്നലെ ഞാൻ
കുമിളകളുണ്ടാക്കിയിട്ടുണ്ട്
മഴവില്ലിന്റെ നിറമുള്ള കുമിളകൾ
എന്റെ കൂടെ വരിക, ഈ കുമിളകൾ
ചന്തയിൽ വിറ്റു നമുക്കാഘോഷിക്കാം.

■

# ഇറങ്ങിപ്പോയവർ

എന്തൊക്കെയോ പുലഭ്യം നാവിന്റെ
തുമ്പുവരെയെത്തി
ഒരക്ഷരം ഉരിയാടാതെ
ക്രൂരമായി എന്നെ നോക്കിയാണ് പദങ്ങൾ
എന്നിൽ നിന്നും പടിയിറങ്ങിപ്പോയത്.
ശബള ബിൽ എഴുതൽ
ഇൻക്രിമെന്റ്
കുട്ടികളുടെ പഠനം
ഇതിന്റെയൊക്കെയിടയിൽ തിരിഞ്ഞു നോക്കിയിട്ടില്ല.
സംസ്ക്കാരം എന്നെക്കാൾ പുലർത്തിയത്
കൊണ്ടാവാം ഒറ്റ ചീത്ത വാക്കുപോലും
പറയാതെ അവർ....
■

## ലഹരി

ഒരു തുള്ളി വെള്ളം പോലും ചേർക്കാതെ
ഒരു പകൽ മുഴുവൻ കുടിച്ചു തീർക്കുന്ന സൂര്യൻ
ലഹരിയുടെ ഹാങ്ങ് ഓവറിലാകാം ഒരു രാത്രി
മുഴുവൻ ആലസ്യത്തിലേക്ക് വീഴുന്നത്
■

## സമരം

മരണത്തിന്റെ നിറം
കറുപ്പായതിനാൽ
മരണത്തോടുള്ള പ്രതിഷേധമായാണോ
മരിച്ചവന്റെ ദേഹത്ത്
വെള്ള പുതപ്പിക്കുന്നത്.
■

# നീർക്കുമിളകൾ

ഓട്ടുപാത്രങ്ങളും നിലവിളക്കും ക്ലാവുപിടിച്ചപ്പോഴും,
കഴുക്കോലുകൾ ചിതലു തിന്ന് വീണുകൊണ്ടിരി
ക്കുമ്പോഴുമാണ് ഞാൻ നടക്കാനിറങ്ങിയത്
മുന്നിലൂടെ ഒഴുകുന്ന ഒരു വാഹനവ്യൂഹം
ബൈക്ക്, സൈക്കിൾ, ജീപ്പ്, കാറ്, ബസ്
പലതിലും പലരും നിൽക്കുന്നത് ഒരു കാൽ
സ്റ്റെപ്പിലും മറ്റൊരുകാൽ വായുവിലും വച്ചുകൊണ്ടാണ്
എന്തു കൊണ്ടോ കിതച്ച് അടുത്തെത്തുമ്പോഴേക്കും
പലതും എന്നെവിട്ട് ദൂരേക്ക് പാഞ്ഞുകൊണ്ടിരിക്കും
നടത്തമിപ്പോൾ ഓട്ടത്തിന് വഴിമാറിയി
ട്ടുണ്ടെന്ന് തോന്നുന്നു.
ഞാൻ ആത്മവിശ്വാസത്തിലാണ്
ഏതെങ്കിലും ഒരെണ്ണം എനിക്കായി നിർത്തിയേക്കാം
സ്റ്റെപ്പിൽ ഒരു കാൽ വെക്കാൻ പറ്റിയേക്കാം
അവസാനത്തെ കഴുക്കോൽ നിലം പൊത്തിയോ എന്തോ?
■

# ചില ചിതറിയ ചിത്രങ്ങൾ

ക്രൂരമായി കൊലചെയ്യപ്പെട്ട നിളയുടെ
ദുർഗന്ധം വമിക്കുന്ന ജഡം
മാന്തി തിന്നുന്ന ചെന്നായ്ക്കൾ
തൊപ്പിയിട്ടവന്റെയും, കൊന്ത ധരിച്ചവന്റെയും
പൂണൂൽധാരിയുടെയും മാറു പിളർന്നൊഴുകിയ
കൊഴുത്ത ദ്രാവകത്തിന് ഒരേ നിറം
പടിഞ്ഞാറിന്റെ വിഴുപ്പുഭാണ്ഡം തുറന്നുകാണിച്ച്
ദുർഗന്ധം പരത്തി കയ്യടി വാങ്ങുന്ന ചാനൽ ചേച്ചിമാർ
ഇന്ദ്രിയ ശേഷി നഷ്ടപ്പെട്ട ദൈവത്തിന്റെ സ്വന്തം
മക്കൾ ദുർഗന്ധം ആസ്വദിക്കുന്നു.
മൂഢ സ്വർഗ്ഗം സ്വപ്നം കണ്ടു വിഢ്ഢിത്തം പുലമ്പി
പൊട്ടിച്ചിരിക്കുന്ന കമിതാക്കൾ സിനിമാറ്റിക്
ഡാൻസിന്റെ സ്റ്റെപ്പിന് നാട്യ ശാസ്ത്രം തിരയുന്നു
മതേതരത്തിന്റെ മാതൃകയായ ബാറിൽ
കുഞ്ഞും കുഞ്ഞാലിയും കുഞ്ഞാഗസ്തിയും
കൈകോർത്ത് പിടിച്ച് നൃത്തം ചെയ്യുന്നു.
ഒറ്റ മുണ്ടുടുത്ത് മരിച്ചയാളുടെ ആത്മാവിനെ
ഹനിക്കാൻ തന്റെ കൊലപാതകിയുടെ
പിൻഗാമിയെ തേടുന്നു
ഉയിർത്തെഴുന്നേറ്റുവന്നയാളെ
പാപികൾ കല്ലെറിയുന്നു.
ചുളുങ്ങിയ മുഖം ഫേഷ്യൽ ചെയ്ത്
വികൃതമാക്കിയ മുത്തശ്ശി സന്ധ്യക്ക്
എപ്പിസോഡുകൾ എണ്ണുന്നു.
പ്രണയ വിഷം തിന്ന് പേപിടിച്ചു ചത്ത
ചെറുപ്പക്കാരെ അടക്കം ചെയ്ത
ശ്മശാനം പുല്ലുകിളുർക്കാത്ത
മരുഭുമിയായിരിക്കുന്നു.
കഴുകിയുണക്കി തലച്ചോറിൽ സൂക്ഷിച്ച അറിവ്
പതിരായ് പുറത്തേക്ക് പതിക്കുന്നു.

■

# ലിഫ്റ്റ്

നിന്നെയും എന്നെയും
ഉയർത്തുന്നു താഴ്ത്തുന്നു
പിന്നീടെപ്പോഴോ
കാലത്തിന്റെ വൈദ്യുതി
പ്രവാഹം നിലയ്ക്കുമ്പോൾ
മുകളിലെവിടെയോ വെച്ച്
ഉയർത്താനും
താഴ്ത്താനുമാവാതെ
നിന്റേയും എന്റെയും മുന്നിൽ
ഒരു ചോദ്യ ചിഹ്നമായി ?
■

# കാലം

പൂവു പറഞ്ഞു ഞാൻ
വസന്തത്തിനെന്നെ ഒരിക്കലും
തീറെഴുതിയിട്ടില്ല .
ഞാനെല്ലാക്കാലവും പൂക്കും
മഞ്ഞുതുള്ളി പറഞ്ഞു
ഞാൻ ശരത്കാലത്തിന്റെ അടിമയല്ല.
നാലുകാലങ്ങളിലും പൂക്കൾക്ക്
ഞാൻ ചുംബനമേകും.
കാർമേഘം പറഞ്ഞു
ഞാൻ വർഷത്തിന്റെ അടിയാളല്ല
പെയ്തുകൊണ്ടേയിരിക്കും.
വെയിൽ പറഞ്ഞു
ഞാൻ വെന്ത വേനലിന്റെ കാമുകിയല്ല
കാലങ്ങളുടെ ദൂതനാകും.
വസന്തവും, വർഷവും, വേനലും
ഒന്നിച്ചു മൊഴിഞ്ഞു നമുക്കുറങ്ങാം
പൂവിന്റെയും, മഞ്ഞിന്റെയും
മഴയുടെയും, വെയിലിന്റെയും
സംഗീതം കേട്ടുകൊണ്ട്.

■

# നിറങ്ങൾ

ദൂരെ, കാടിന്നോരത്തായ് നാമം ചൊല്ലും മരമുണ്ട്
മരത്തിൻ മുകൾ ചാഞ്ഞൊരു കൊമ്പിൽ
കറുത്ത കിളിയും വെളുത്ത കിളിയും പാർത്തീടുന്നൊരു കൂടുണ്ട്
കാലം മാറി കനവുകൾ മാറി നിനവുകളെല്ലാം മറയുമ്പോൾ
അന്നൊരു നാളിൽ ഇരുകിളികളിലും മോഹമുദിച്ചു മനതാരിൽ

ഒന്നാം കിളിയാം കറുത്തപക്ഷി കരഞ്ഞീടുന്നത് കേട്ടില്ലേ
വെളുത്തിടേണം, വെളുത്തിടേണം വെള്ളാമ്പൽ
പൂവാവേണം

രണ്ടാം കിളിയാം വെളുത്തപക്ഷി ചിലച്ചീടുന്നത്
കേട്ടില്ലേ
കറുത്തിടേണം, കറുത്തിടേണം കരിംകിളിയായ് തീരേണം
ദൈവം നൽകിയ നിറങ്ങൾ മാറാൻ എന്തൊരുപായം
ചങ്ങാതി
ചോദ്യം കേട്ടാ കരിംകിളിയും മറുപടിയായി ചൊല്ലുന്നു.
വനമധ്യത്തിൽ കുടിലിന്നുള്ളിൽ വയസു ചെന്നൊരു
കിളിയുണ്ട്
തപസു ചെയ്യും അവളെ വിളിക്കും മുത്തശ്ശിക്കിളി
യെല്ലാരും.

പോകാം, പോകാം, പോയിക്കാണാം മുത്തശ്ശിക്കിളിയെ നമ്മൾ
നിറങ്ങൾ മാറാൻ നല്ലൊരുപായം മുത്തശ്ശിക്കിളി ചൊല്ലീടും
കരഞ്ഞു വീണൊരു കരിംകിളിക്കായ് മുത്തശ്ശിക്കിളി ചൊല്ലുന്നു
"വെൺ മേഘപ്പൊടി പൂശേണം
വെള്ളില നുള്ളിയെടുക്കേണം
പൗർണ്ണമി രാവിൽ കൊത്തിയെടുത്ത
നിലാവ് തുന്നിയുടുക്കേണം"

ആഹ്ലാദത്താൽ ചിറകു വിടർത്തി കരിംകിളിയും മറയുമ്പോൾ
ചൊല്ലീ മുത്തശ്ശിക്കിളി വീണ്ടും വെൺകിളിക്കായുപദേശം
"കരിമുകിലിൽ പോയി മുങ്ങേണം
രാവിൻ കമ്പളമണിയേണം
ദുഃഖ സ്മൃതികളിലാണ്ടു കിടക്കും
മാനവ പൊയ്മുഖ മറിയേണം"

കറുത്തു പോയൊരു വെളുത്തപക്ഷി
വെളുത്തു പോയൊരു കറുത്തപക്ഷി
ആരാണിപ്പോൾ വെളുത്തപക്ഷി
ഏതാണിന്നാ കറുത്തപക്ഷി
നിറങ്ങൾ മാറിയ കിളികൾ രണ്ടും കരഞ്ഞു നിഴ–
ലിൽ മറയുമ്പോൾ, ദൂരെ നിന്നാ മുത്തശ്ശി
ക്കിളി ചൊല്ലീടുന്നത് കേട്ടില്ലേ
കറുപ്പു വേണ്ട, വെളുപ്പ് വേണ്ട, പക്ഷികളാവാനാരുണ്ട്.
■

# വഴിയിലുപേക്ഷിച്ച മുത്തുകൾ

സമയമില്ലെനിക്കേറെ തിടുക്കമാണ്
സമയമില്ലെനിക്കേറെ തിടുക്കമാണ്
ഇന്ധനം പോലെ ചോരകത്തുന്നു
ചുട്ടുപൊള്ളുന്നൂ മജ്ജയും മാംസവും
ആറ്റു വെയിലിലിന്നാരോ വലിച്ചിട്ട കുറ്റിബീ-
ഡിപോൽ ചിന്ത പുകയുന്നു.

സമയമില്ലെനിക്കേറെ തിടുക്കമാണ്
സമയമില്ലെനിക്കേറെ തിടുക്കമാണ്
നിറനിലാവ് പൊഴിഞ്ഞ കൗമാരത്തിൽ
അമ്മ കൈകളാലൂട്ടിയ സ്നേഹവും
അച്ഛനർപ്പിച്ച ഓർമ്മ മുത്തങ്ങളും
ഓർത്തെടുക്കുവാൻ ഓർമ്മിച്ചെടുക്കുവാൻ
സമയമില്ലെനിക്കേറെ തിടുക്കമാണ്
നീയടച്ച ഗുഹാ കവാടത്തിൽ, തിമിരമൂറ്റിയ
ദൃശ്യത്തിനപ്പുറം മറവിയെങ്ങോ മറന്നപോ
കുമ്പോൾ ഓർമ്മപ്പുഴുക്കളരിച്ചിറങ്ങുന്നു.

വിപ്ലവങ്ങളീ നാട്ടിൽ നടപ്പൂ, വിപ്ലവത്തിന്റെ
മുന്നിലായ് നീയും
നിന്റെയമ്മ തൻ നോവുകാണാതെ
നാവു കൊണ്ടു നീ നാടു മാറ്റുന്നു.
വൃദ്ധ ഭവനത്തിൻ മൂലയിലെങ്ങോ പാഴ്ശില
നിൻ പിതാവിരിക്കുന്നു.

അർത്ഥ ഭാണ്ഡത്തിലന്ധനായി നീയും
അന്തമില്ലാതെ പായുന്ന നേരം
നേരമില്ല അൽപനേരമില്ലെങ്കിലും
മുഖമില്ലാ മുഖപുസ്തകത്താളിലെ

വ്യാജ ചിത്രങ്ങളിൽ നിന്റെയിഷ്ടങ്ങൾ
പങ്കുവെയ്ക്കുമ്പോൾ
ഓർമ്മകൾ വറ്റിയ, ചിന്തകളുണങ്ങിയ
മരണം വഹിക്കുന്ന പക്ഷിയെ തേടുന്ന
രണ്ടു മനസുകൾ
മറവി തൻ അവസാന വേരുപൊട്ടു
ന്നേരം അറിയാതെ മന്ത്രിച്ചു പോകുന്നു.

പാവമെൻ മക്കളിന്നന്ധരായ് തീർന്നു.
ആരുണ്ടവർക്കിന്നൂന്നു വടി നൽകുവാൻ
സമയമില്ലെനിക്കേറെ തിടുക്കമാണ്
സമയമില്ലെനിക്കേറെ തിടുക്കമാണ്
■

# മൃത്യു കാത്ത്

രാവും പകലും കടഞ്ഞെടുത്ത സന്ധ്യയിന്നെന്നോട് ചൊല്ലി
വിടപറഞ്ഞോട്ടെ ഞാൻ
മുഗ്ധ ലാവണ്യം പൊഴിക്കുമീരാവിന്റെയും
മഞ്ഞിന്റെ വൽക്കലം പുതച്ചു മയങ്ങിയുണരുന്ന പകലിന്റെയും
ഇടയിലെ തിരുവരങ്ങിലെ മൂടുപടം ആരോ അഴിച്ചു
മാറ്റുന്നതോ സന്ധ്യ.

എൻമനക്കോണിലെ പാലറ്റിൽ നിറങ്ങളേഴുണ്ടതി
ലേതു നൽകും ഞാൻ വിട പറയുന്ന സന്ധ്യക്ക്
അസ്തമയ സൂര്യന്റെ തേവാരപ്പുരയിലേക്കാരോ
മറഞ്ഞു നോക്കുന്നു. നീയോ, നിലാവോ, ഓർമ്മയി–
ലാരോ മറന്നുവച്ച മോഹവിത്ത് പൊട്ടിമുളച്ചതോ
സന്ധ്യേ കാലം വരച്ചിട്ട നിന്റെ ചിത്രങ്ങളിൽ
നിനക്കിന്നേതു ഭാവം, മൗനമോ ദുഃഖമോ
മോഹങ്ങൾ മറയുന്ന മർത്ത്യ ജൻമത്തിന്റെ
നിശ്ചലാവസ്ഥയോ?

സന്ധ്യേ നീ പ്രണയിനി, പ്രണയത്തിന്റെ കാമിനി
ഇന്നു നിൻ മുന്നിൽ ഇരുട്ടിൻ നൈവേദ്യമായി രാത്രി
പൂജയ്ക്കെടുക്കാത്ത പൂക്കൾ തൻ
ഗദ്ഗദമായ് പകൽ
വെയിലിന്റെ പൂ നുള്ളി, രാവിൻ കിനാക്കൾ നെയ്ത്–
തിരിഞ്ഞു നോക്കാതെ, മറഞ്ഞു നോക്കാതെ
പിരിഞ്ഞു പോകുന്ന സന്ധ്യേ നീയുമൊരോർ–
മ്മയായി തീരുമോ?

■